Bakit Daw Ako Nag-Suicide?

Why Did I Commit Suicide?

Arlan T. Ortega

Ukiyoto Publishing

All global publishing rights are held by

Ukiyoto Publishing

Published in 2022

ISBN 9789356971615

Dedication

This one is for my Alma Mater—Sta. De National High School

Contents

What Is Life?

John 10:10,

The thief cometh not, but for to steal, and to kill, and to destroy: I am come that they might have life, and that they might have it more abundantly.

WHAT is life? Iyan ang tanong ng maraming kabataan. Isang tanong na may iba't ibang sagot, minsan walang sagot. At gusto kong sagutin ang tanong na iyan ngayon. "Ang buhay ay ang pagiging masaya."

Sabi ng iba, masaya raw ang pamilya namin. Iyon lang kasi ang nakikita ng kanilang mga mata. Pero 'yong totoo, may mga namamagitan sa amin. Isang pader iyon na mahirap buwagin. Iyon ang nagpapahirap sa amin... nagpapahirap sa akin.

Kapuwa guro sa mababang paaralan ang aking mga magulang. Ako ang panganay sa dalawang magkakapatid. First year college na at kumukuha ng kursong BS Education. Gusto ko rin kasing sundan ang mga yapak ng aking mga magulang. Ang kapatid ko namang si White ay grade 12 pa lamang.

Masunurin akong anak sa aking mga magulang. Ang mga payo nila't bilin ay aking sinusunod. Hindi ako naging pasaway sa kanila.

Ngunit sa kabila ng lahat ng iyon, hindi nila nagampanang mabuti ang kanilang obligasyon sa amin. Marami silang pagkukulang pagdating sa pagiging magulang.

Sagana kami ng kapatid ko sa maraming bagay. Palaging busog sa pagkain pero gutom sa pagmamahal at pag-aaruga. Maraming baon sa paaralan pero kapos sa oras para kumustahin ang aming kalagayan. Naghahanap kami ng totoong magulang na magpaparamdam sa aming ng totoong pagmamahal. Nariyan nga sila pero parang anino lang na walang pakialam.

Ako mismo, hinahanap ko ang dati kong mama at papa. Nasaan na kaya sila? Nasaan na 'yong masayang pamilya namin noon?

BALIKAN natin noong grade one pa lang ako.

Ingay ng mga manok ni papa ang nagpagising sa akin. Marami kasi siyang alagang manok na nakalagay sa kulungan sa likod ng aming bahay.

Dahil Sabado naman, hindi na ako ginising ni mama ng maaga tulad ng ginagawa niya araw-araw kapag may pasok sa paaralan. Grade one na kasi ako.

Bumangon ako at bumaba na sa aming kama ng kapatid ko na si White. Sandali ko siyang tiningnan, tulog na tulog pa siya.

Tumuloy ako sa CR para umihi. Paglabas doon, hinanap ko agad si mama. "'Ma!"

Walang akong natanggap na sagot buhat sa kanya. Tumuloy na lang ako sa sala at naabutan kong bukas ang TV doon. Hinanap ko ang remote control at inilipat sa cartoon ang channel at pagkatapos ay umupo sa sofa.

Habang nanonood, narinig ko sina papa at mama na nagkukuwentuhan sa labas ng bahay. May kiosk kami roon at doon sila nagkakape habang tila may pinag-uusapan.

Tumayo ako sa sofa at sinilip sila mula sa bintana, nakita kong ang sweet nila sa isa't isa. Napangiti na lang ako. Para kasi silang bagong kasal. Nakaakbay ang kamay ni papa sa balikat ni mama. Si mama naman ay nakahilig sa balikat ni papa. May pinag-uusapan sila at paminsan-minsan ay tumatawa-tawa pa.

Sa mura kong edad, napaisip akong ang suwerte-suwerte ko naman sa aking mga magulang. Para sa akin, sila na ang perfect couple sa lugar namin.

"Heto na ang gatas mo, Black." Napalingon ako sa pinagmulan ng boses. Si Lola Sing iyon. May dala siyang isang basong gatas para sa akin. "Si White, tulog pa ba?"

Umalis ako sa bintana at umayos ng upo sa sofa. "Opo, lola. Tulog pa po."

Inabot ko mula sa kamay niya ang baso na may gatas. "Salamat po." Uminom ako ng ilang lagok at pagkatapos ay nilapag ko ito sa center table.

Tinabihan naman ako ni Lola Sing sa sofa. Hindi ko napigilan ang aking sarili na tanungin siya sa aking nakita sa labas.

"Lola, bakit po parang masaya sina papa at mama?" inosente kong tanong.

Nakita kong napangiti si Lola Sing sabay tayo. Hinawi niya ang kurtina sa bintana upang silipin ang aking mga magulang sa labas. At bumalik din agad sa tabi ko.

"Black, apo, masyado ka pang bata sa tanong na iyan, pero sasagutin pa rin kita."

Excited ako sa isasagot ni Lola Sing sa akin, kaya naman mataman ko siyang tinitigan. Umayos ako sa pag-upo.

"Masaya sila kasi, may mga anak silang guwapong gaya ninyo." Alam kong biro lamang iyon ni lola, kasi ngumiti pa ito pagkatapos niyang guluhin ang buhok ko.

"Lola naman, eh. 'Yon ba talaga ang sagot doon? Kung guwapo ang mga anak, masaya agad?"

Natawa si Lola. "Hay naku, Black, ang talino mo talaga. Alam mo, masaya sila kasi pinili nilang maging masaya. Nagmamahal ang mga magulang mo, kaya sila masaya. Maiintindihan mo rin 'yan kapag nasa tamang gulang ka na. Isa pa, huwag ka nang maghanap ng rason kung bakit sila masaya. Kung masaya sila dapat maging masaya ka na rin para sa kanila."

Ano? Medyo nalito yata ako sa mga sinabi ni Lola. Balang araw mauunawaan ko rin ito.

Nananalangin ako na sana ganito na lang habambuhay sina Mama at Papa. Na palaging may mga ngiti sa kanilang mga labi.

Lumipas pa ang mga araw, hindi ko natatandaang nag-away ni minsan sina papa at mama. Nakikita ko talagang mahal nila ang isa't isa at mahal din nila kami nina White.

Tuwing weekends, namamasyal kami sa mall at kumakain sa mga sikat na restaurant. Siyempre kasama rin namin ang love na love naming si Lola Sing. Ang lolo ko naman ay matagal nang pumanaw, hindi pa raw ako ipinapanganak noon. Si mama lang ang nag-iisa nilang anak.

Masayang-masaya kami ni White kasi palagi kaming may mga bagong laruan at mga damit. Minsan nga terno pa kami.

Sana ganito na lang kami habambuhay. Sana palagi na lang masaya.

Life Is Unfair

MASIGLA akong umuwi ng bahay mula sa paaralan dala ang aking perfect quiz. Gusto ko kasing ipakita ito sa aking mga magulang at kay lola para ma-proud naman sila.

Malayo pa ako sa bahay ngunit malinaw kong naririnig ang sigawan mula roon. Kaya mas binilisan ko pa ang paglalakad.

Pagdating doon, nalaman kong nag-aaway sina Papa at Mama sa kuwarto.

Naabutan kong yakap-yakap ni Lola Sing si White habang nakaupo sila sa sofa.

Binalik ko na lang sa loob ng aking bag ang papel na nais ipakita sa kanila. Wala na akong gana pa na ipaalam ang bagay na iyon.

Maya-maya pa'y unti-unti akong lumapit sa kinaroroonan nina Lola at White at nagpayakap din.

Panay-panay ang naririnig kong mga basagan sa loob ng kuwarto. At sa tuwing naririnig iyon, kusang pumipikit ang aking mga mata.

"Ano'ng nangyari, bakit sila nag-aaway?" tanong ko sa aking isipan. Naguguluhan ako. Noong isang araw lang, halos langgamin sila sa katamisan ng kanilang kuwentuhan. Bakit ngayon ay parang Tom and Jerry sila?

"Nakakahiya ka, Rome! Isa ka pa namang guro! Isa kang ama! Isa kang asawa! Bakit nagawa mo 'to? Ha?! Bakit?!" sigaw ni mama na dinig na dinig namin mula sa labas.

Hindi ko alam kung ano ang kanilang pinagtatalunan. Pero siguradong mabigat ang dahilan. Hindi magkakaganoon si mama kung simple lang ang ugat ng kanilang away.

Tumingala ako kay lola. Nakikita ko sa kanyang mga mata ang takot at pag-aalala para sa amin ni White.

Alam ko rin, kahit hindi ko sila nakikita, nakikinig lang ng masasagap na balita ang aming tsismosa at tsismosong mga kapitbahay. Natural na iyon sa lugar amin at sanay na kami sa ganoon.

"Lola, ano po ang ginawa nina papa at mama? Nag-aaway po ba sila? Bakit po?" inosente kong tanong.

Hindi ako sinagot ni Lola bagkus hinaplos niya lang ang aking buhok. Gusto niyang iparamdam sa akin na huwag akong mag-alala.

"Ipaliwanag mo kung bakit mo nagawa ito sa akin, Rome?! Nagkulang ba ako?!" sigaw pa rin ni mama. Wala siyang pakialam kung marinig man iyon ng mga kapitbahay.

Sa totoo lang, ngayon ko lang siya narinig na sumigaw ng ganoon kalakas.

Hindi ko malinaw na naririnig ang boses ni papa pero alam ko nagsasalita siya at nagpapaliwanag sa kay mama sa mahinahong paraan.

"Akala ko ba mahal na mahal nila ang isa't isa, bakit sila nag-aaway?" isip ko.

Umalis ako mula sa pagkakayakap ni Lola Sing. Tumayo at tinungo ang refrigerator. Kumuha ako ng isang basong tubig doon at ibinigay iyon kay lola. Napansin ko kasi kanina na mukhang nahihirapan siyang huminga. Inimon niya naman ito.

"Salamat, apo."

Bumalik ako sa harapan ng refrigerator at kumuha muli ng tubig na mas madami kaysa sa una kong kinuha kanina. Pumunta ako sa harapan ng kuwarto nina papa at mama at kumatok ng ilang beses.

Nakatingin lamang sa akin sila Lola Sing at White. Nakaabang sa mga susunod kong gagawin.

Napansin kong tumigil ang kanilang pagtatalo sa loob. Marahan kong binuksan ang pinto dahil hindi naman ito naka-lock at bumungad sa akin ang mga nagkalat na gamit sa sahig.

"Mama. . . Papa. . . inom po muna kayo ng tubig." Isang iyong nakatatawang senaryo pero iyon lang ang paraan na naisip ko para tumigil na sila.

Naalala ko kasi, tubig lagi ang ibinigay ni lola sa akin noon kapag gusto niya akong patahanin. Kaya bibigyan ko rin sila ng tubig upang tumigil na sa pag-away.

Nilapitan ako ni mama at kinuha niya

ang dala kong tubig at ipinatong sa mesa na nandoon sa isang sulok. Bumalik siya at niyakap ako. "I'm sorry, Black. I'm sorry, anak."

"Huwag na po kayong mag-away ni papa. Natatakot na po kami ni White."

"Oo anak, hindi na," tugon ni mama sa mahinahong boses.

Nakita kong nakaupo lamang sa tabi ng kama si papa habang hawak ang kamay nitong duguan. Maaring nasugatan ito ng kung anong matulis na bagay.

"Mama, si Papa may dugo sa kamay!Gamutin n'yo po."

Kumalas si mama sa pagkakayakap sa akin at lumabas sandali ng kuwarto. Mayamaya pa'y dala na niya ang medicine kit at lumapit sa harapan ni papa. Kahit galit pa rin siya, inasikaso niya pa rin ang sugat ni papa.

Tumagal ng maraming araw ang hindi nila pagkikibuan. Hindi ko maunawaan kong bakit sila biglang nagbago.

MULA noong araw na nag-away sina Mama at Papa, naging sunod-sunod na iyon. Mukhang wala ng katapusan ang giyera sa bahay. Ang dating tahimik na tahanan ngayon ay binahayan na ng gulo.

Hanggang ngayon, hindi pa rin klaro sa akin ang dahilan ng kanilang bangayan.

Five years na rin ang mabilis na lumipas mula noong una ko silang narinig at nakitang nag-away. Grade 5 na ako at marami na ring nalalaman sa buhay. Pero may mga bagay pa rin akong hindi nauunawaan gaya ng halos linggo-linggong pag-aaway nina mama at papa.

May naririnig akong mga balita mula sa ibang tao tungkol sa aking mga magulang ngunit hindi ko na lang pinapansin. Alam ko naman kasing hindi totoo ang mga tsismis na iyon at sigurado hindi naman iyon ang dahilan ng kanilang away.

Isang araw sa school, kung saan doon parehong nagtuturo sina mama at papa, naulinigan ko ang usapan ng grupo ng mga guro. Maaring hindi nila ako napansin pero klaro sa aking pandinig ang bawat salita na kanilang binibigkas kahit mahina pa iyon.

"Si Sir Bermeo at si Ma'am Pes, may relasiyon daw?" sabi ng isa sa kanila na narinig ko.

Ang Sir Bermeo na tinutukoy nila ay ang papa ko. Si Ma'am Pes naman ay teacher ko sa grade 5.

"Talaga? Alam ba 'yan ni Ma'am Bermeo na ang kanyang asawa ay may other woman?" dinig ko ulit.

"Ano? Kabit?" Mga salitang tumatakbo sa aking isipan.

"Alam yata, kaya nga palagi nga silang nag-aaway, eh," sabat pa ng isa.

Hindi ko na kayang pakinggan pa sila na pinagtsitsismisan nila ang mga magulang ko. Na sinisira nila ang kapuwa nila guro. Kaya bumalik ako sa room at umupo na lang doon habang gumuguhit ng kung ano-ano sa aking papel.

Hindi pa rin makuha sa aking isipan ang mga narinig. Kumintal talaga ang mga iyon sa aking utak. Hindi ko matanggap. Nasasaktan ako!

Mula sa aking kaiisip, ginising ako ng tunog ng bagtingan. Hudyat iyon na tapos na ang recess.

Sandali pa ay nagsipasukan na ang aking mga kaklase sa classroom. Ang katahimikan ay napalitan ng sari't saring ingay. Ang payapang paligid kanina ay biglang gumulo. Ganito ang eksena sa kuwarto namin araw-araw.

"Class, quiet," ang paboritong sabihin ni Ma'am Pes. Oo, siya raw ang babae ni papa ayon sa mga tsismosang co-teachers nila.

Biglang tumahimik ang buong kuwarto, takot kasi kami kay ma'am. May isinulat ito sa blackboard.

Habang nagsusulat siya, inutusan niya kaming kumuha ng papel at sagutan ang mga sumusunod.

Kahit hindi siya nakaharap sa amin, nararamdaman ko ang lungkot sa kanyang boses. Parang may pinagdadaanan siya ngayon.

Pinagmasdan ko ang kanyang likuran. Tutok na tutok ako roon hanggang hindi ko napansing lumingon siya bigla at tumama ang aming mga paningin.

"May problema ba, Black?"

"Wala po, ma'am," sagot ko. Nakikita ko ang lungkot sa kanyang mga mata. Tama nga, mukhang may pinagdadaanan siya.

"Ikaw ma'am, may problema po ba kayo?" walang sa sariling tanong ko.

Bigla siyang natigilan. Parang iiyak, pero sadya niyang pinipigilan.

Nagtinginan din sa aking ang ibang mga kaklase ko. Palagay ko may alam yata sila sa pinagdadaanan ni Ma'am Pes.

Pagkatapos magsulat sa blackboard, pumasok si ma'am sa CR at tumagal siya roon ng ilang minuto. Paglabas niya, halatang galing siya sa pag-iyak.

Nagsimula na kami sa pagsagot ng mga tanong sa blackboard.

Binabagabag ako ng aking konsensiya. Hindi kaya umiyak siya dahil sa tanong ko? Kaya naman, tumayo ako at tinungo siya sa kanyang mesa.

"Ma'am?"

"Yes, Black? May question ka ba?"

"Sorry po sa tanong ko kanina, ha?"

Malutong na tumawa si ma'am. "Don't worry about it, Black. Wala kang kasalanan kaya hindi mo kailangang mag-sorry sa akin. Sige na, bumabalik ka na roon sa upuan mo at sagutin ang mga tanong sa blackboard."

"Sigurado po kayo, Ma'am?"

"Yeah. I'm okay."

"Okay." Mahina akong bumalik sa aking upuan at nagpatuloy sa pagsagot.

"Si Papa kaya ang dahilan ng kanyang kalungkutan?" tahimik kong tanong sa aking isipan.

LUMIPAS ang maraming taon.

Graduate na ako ng elementary at natapos ko na rin ang grade 12. Ngayon ay first year college na.

Nalaman ko na rin kung bakit palaging malungkot si Ma'am Pes noon. Ayon sa balita, sinasaktan daw siya ng kanyang asawa. At dahil sa pagmamaltrato sa kanya, nahanap niya kay papa ang pagmamalasakit.

Hiniwalayan daw nito ang kanyang asawa at ginawang kabit si papa. Batid nilang mali pero ipinagpapatuloy pa rin daw nila.

Alam na iyon ni mama noon pa man kaya palagi silang nag-aaway ni Papa. At ang balitang iyon ay kalat na kalat sa lugar namin.

Marahil iyon din ang dahilan kung bakit may kabit ngayon si Mama. Gusto rin siguro nito na patunayan kay papa na kaya niya itong pantayan.

Sobra kaming naapektuhan ni White sa kanilang pagloloko. Rinding-rindi na ako sa harapang pang-iinsulto ng aming mga kapitbahay dahil sa mga pinaggagawa nila.

Hindi ito ang buhay na pangarap ko. Hinding-hindi!

Life is so unfair. Ayaw ko na sa mundo. Ayaw ko na sa pamilya ko na puno ng kaplastikan! Oo, nagsasama nga sina papa at mama sa iisang bubong, pero magkaiba naman ang kanilang mundo.

Ganito ba ang buhay? Ito ba ang buhay? Hindi ito ang gusto kong buhay.

First Attempt

MALAPIT lang ang aking boarding house sa school. Mas gusto kong mamalagi rito kaysa umuwi sa amin. Alam ko naman kasing gulo lang din ang maabutan ko roon. Gulong walang patutunguhan.

Parang hindi ko na kilala sina Papa at Mama. Hindi ko na rin sila nakakausap kahit nasa iisang bubong lamang kami. Kahit nga sa harap ng hapagkainan, parang hindi namin nakikita ang isa't isa.

Matanda na si Lola Sing. Batid kong nag-aalala siya para sa amin ni White, pero hindi niya lang pinapakita. Masama iyon sa kaniyang kalusugan. Paminsan-minsan, pinapangaralan niya kami ni White tungkol sa maraming bagay. Pero para sa akin, kulang iyon dahil kailangan namin ng totoong magulang na gagabay at aagapay sa amin. Bagay na hindi na maibigay nina Mama at Papa.

Ang kailangan namin ng kapatid ko ay mga magulang. Lalo na ngayong panahon na pumapasok na kami sa mga relasiyon.

Once a month na lang ako umuuwi sa bahay. Minsan, hindi na nga. Pinapadalhan na lang nila ako ng aking allowance. Doon sila magaling, palaging control number ng Palawan Pawnshop lang ang natatanggap kong text mula sa kanila. Sana naman, tanungin din nila ako kung kumusta na ba ako at ang pag-aaral ko, o nahihirapan na ba ako?

Wala eh! Wala talaga silang concern sa akin.

Taong-restaurant ako kasi kulang na lang na doon ako tumira. Doon kasi ako tumatambay para kumain.

Kung araw naman ng Sabado at Linggo, natutulog lang ako sa kuwarto kapag walang lakad ang barkada.

Inaamin ko, mas sumasaya pa nga ako kapag barkada ang kasama kaysa sa aking pamilya. Dahil sa barkada, nakakalimutan ko sandali ang aking mga dalahin sa buhay. Kahit sa mga pinagdadaanan ko sa pag-aaral, sila ang kasangga ko.

Galing ako sa CR at katatapos lang maligo nang maabutan ko sa labas ng aking kuwarto ang barkada. Nakatampi lang ako ng tuwalya. Hiwalay kasi ang CR sa kuwarto.

Nakangiting sinalubong ako nina Dos, Renz, Frank, Denver at Sam. Sa gayak nila, siguradong may lakad ang barkada.

"Ang aga n'yo yata, ah? Saan ang biyahe?" tanong ko sa kanilang lima. "Hindi yata ako na-inform, ah." Sinabi ko habang nakangiti.

"Magbihis ka na muna roon. May pupuntahan tayo," sagot ni Dos. "Hindi ka na namin ti-next kasi alam lang naming hindi ka naman lumabas sa hawla mo."

"Kayo talaga, palagi n'yo na lang ako sinu-surprise."

Pumasok na ako sa kuwarto at mabilis na nagbihis.

"Saan ba tayo?" tanong ko nang pagkalabas ng kuwarto.

"Basta, sama ka na lang bago ka tubuan ng ugat diyan sa kuwarto mo," biro ni Denver.

"Loko ka talaga," ani ko at ginulo ko pa ang buhok ni Denver.

Tatlong motorbikes ang aming sinakyan. Tig-dalawa ang sakay. Kay Dos ako umangkas.

Wala akong ideya kung saan kami pupunta. Nakikisabay lang ako sa trip nila.

Matapos ang halos isang oras na biyahe, narating namin ang isang highland resort. Overlooking ang malapad na city na nasa ibaba. Nakaka-relax iyong pagmasdan mula sa kinatatayuan ko.

Habang kami ay naroroon, gusto kong mapag-isa. Kaya naman naghanap ako ng isang tahimik at walang taong lugar. Humiwalay ako sa barkada. Sa hindi kalayuan, may nakita akong mataas na bato. May karatula pa ngang nakalagay na may nakasulat na: 'bawal umakyat dito'. Hindi ko iyon pinansin at umakyat pa rin ako. Pagdating sa taas, tiningnan ko agad ang ilalim. Nakita ko ang maraming mga natutulis na bato na siguradong hindi bubuhayin kung sino man ang mahuhulog doon. Nakakalula. At iyon nga ang gusto ko. Oras na para isakatuparan ang aking binabalak.

Oras na para tumalon. Oras na para tapusin ang aking paghihirap. Ayaw ko na sa ganitong klaseng mundo. Pagod na ako. Pagod na pagod na.

Mas lumapit pa ako sa bingit ng bato. Tinapunan ko ulit ng tingnin ang ilalim at tumingala sa langit upang ialay ang aking sarili sa Kaniya. "Ayaw ko na, Lord. Tanggapin mo sana ang aking kaluluwa. Patawarin mo ako kung gagawin ko ito ngayon. Patawad..."

Pinikit ko ang aking mga mata ng ilang segundo upang namnamin ang huling sandali ng aking buhay kasama ang mga taong handang tumulong sa akin. Siguro naman, iuuwi nila ang aking bangkay sa aking pamilya.

Tatalon na sana ako nang...

"Hoy Black, baka mahulog ka riyan! Bumaba ka nga!" saway ni Dos.

Nagmulat ako ng mga mata at tiningnan siya sabay bigay ng hilaw na ngiti sa kaniya. Umatras ako at bumaba nga roon. Siguro hindi pa ito ang tamang oras para magpakamatay. Hindi pa.

Madami pa kaming pinuntahan at sobra akong nag-enjoy na kasama sila.

Habang may nagmamahal pa at nakikinig sa akin, patuloy lang ang buhay.

....

MAY nakilala akong magandang dalaga at crush na crush ko. Matagal ko na siyang gusto mula pa noong first day of school hanggang ngayon. Siya ang isa sa mga inspirasyon ko araw-araw sa pagpasok sa school. Makita ko lang siya, masaya na ang buong araw ko.

Hindi ko siya maabot kasi natotorpe ako. Nabubulol din kapag magkalapit na kami. Gusto ko talaga siya, pero hindi ko alam kung paano niya iyon mapapansin.

Bakit kasi napamahiyain ko?

Hanggang tingin lang ako. Hanggang takaw-tingin na lang to be exact.

Palagi akong sinusulsulan ng barkada, na sabihin ko na raw kay Divine ang aking nararamdaman.

Hindi ko kaya. Nakahihiya. "Paano kung i-basted ako?"

"Paano kung hindi?" maagap na bara ni Renz.

Napaisip ako sa sinabi niya. Oo nga 'no? Paano kung ako lang pala ang nag-iisip ng gano'n?

"Pare, diskartehan mo na kasi. Mamaya mo, maunahan ka pa ng iba. Sige ka," sutsot pa ni Frank.

Speaking of the devil, nakita ko sa hindi kalayuan ang magandang imahe ni Divine. Mukhang dadaan siya sa aming tinatambayan ngayon. Nagsisimula nang mag-aburuto ang aking puso. Hindi ko naman alam ang aking gagawin. Hindi mapakali dahil sa maghalong excitement at hiya. Ganito na lang palagi ako kapag lumalapit na ang babae gusto ko.

Hayan na siya. Malapit na.

Itong mga gagong kong barkada, parang may masamang binabalak. At hindi ko gusto ang tumatakbo sa kanilang isipan. Gusto nila akong ipahamak kay Divine.

"Pare, gumalaw ka na. Malapit na siya," bulong ni Dos. "Sige ka. Kapag hindi ka pa gumawa ng paraan para mapansin niya, kami na lang ang gagawa."

"Mga gago kayo! Subukan n'yo, malilintikan kayo sa akin!" asik ko naman sa mahinang boses.

"Mga pare, malilintikan daw?" anas ni Sam. Dahilan para tumawa silang apat.

"Gago talaga kayo," nakangiti kong turan. Alam ko namang hindi nila ako ipapahiya.

Nang mapadaan na si Divine sa aming harapan, patay-malisyang akong nakayuko ngunit halos hindi na makahinga sa kilig. Lalo pa nang dumaan siya sa aking harap, nahagip ng aking pang-amoy ang kaniyang pabango na nagpabuhay ng aking dugo. Parang gustong sumama sa kanya ang aking ilong ngunit todo pigil ako sa sarili. Napakabango niya.

Nang makalampas na siya, unti-unti kong itinaas ang aking ulo at sinundan ng tingin ang likod ni Divine. Bagay na bagay sa kaniyang ang mahaba at kumikintab niyang buhok. Parang gusto kong haplusin.

Ngunit mayamaya pa'y tumayo si Frank at tinawag ang pangalan niya. "Divine!"

Lahat ay nagulat habang nakatuon ang aming mga mata kay Frank. Lalo na ako. Mukhang may balak talaga siyang kabalbalan sa akin.

Namula ako habang unti-unting hinahaplos ng kaba ang aking buong pagkatao. Pinagpapawisan ako ng malamig kahit hindi naman mainit.

Tumayo ako bigla at binusalan ng aking palad ang bibig ni Frank. "Pare, nakakahiya!"

Hindi pa rin ito tumigil. Kahit may harang na ang bibig, tinatawag niya pa rin si Divine.

Mabuti na lang at hindi narinig ni Divine ang boses niya kanina.

Ang akala ko, nakaiwas na ako. May mga asungot na nakisali. Hindi ko inasahang sabay-sabay na tinawag nina Sam, Dos, Frank at Renz ang pangalan ni Divine.

And this time, unti-unti nang lumingon si Divine sa aming kinaroroonan.

Slow motion kong nakita ang kaniyang pagharap sa amin. Nagtama sandali ang aming mga paningin. At nagdulot iyon sa aking ng kakaibang kilig.

Humakbang pabalik si Divine. Nakangiti itong lumapit sa amin. "Bakit, may kailangan ba kayo?"

Hindi agad nakasagot ang isa man sa amin.

Ako naman ay halos matunaw sa hiya. Nakayuko lang ako dahil hindi ko gustong makita niya ang manunula kong mukha. Nakatago ako sa likod ng aking barkada.

Hindi ko alam kung magpapasalamat ba ako o magagalit dahil sa ginawa nila.

Humanda kayo mamaya sa akin! himutok ko sa aking isipan.

"Hi? Ikaw 'di ba si Divine?" casual na tanong ni Dos.

Siniko ako ni Denver upang makuha ang aking atensiyon. Tiningnan ko naman siya at mukhang may tinuturo ang nguso niya.

"What?" Tiningnan ko ang tinuturo ni Denver. Si Divine iyon.

Ngayon ko lang napansing nasa harapan ko na pala si Divine. Nagtama ulit ang aming mga tama. Mas maganda pala siya sa malapitan. Ngayon, may kalayaan akong titigan siya kahit naiilang pa.

Ang mga tarantado ko namang mga kaibigan, unti-unti nang nagsi-alisan palayo sa amin ni Divine.

Nakita kong ngumiti siya sa akin. "May kailangan ka sa akin?"

"H-ha?" Hindi ko talaga alam kung ano ang aking sasabihin. Tiningnan ko ang aking mga barkada, masayang-masaya ang mga ito sa hindi kalayuan habang panay thumbs-up upang palakasin ang aking loob. Mga gago talaga!

Napangiti siya sa akin. "Ikaw siguro si Black, am I right?"

Namilog ang aking mga mata. Kilala niya pala ako. Hindi ko inaasahan 'yon ah.

Halos mabulol pa ako sa pagsagot ng, "O-oo."

"Secretary mo ba ang tumawag sa akin kanina?" Biglang bumangis ang kanyang boses.

"Ka-Kaibigan-"

"Ah, kaibigan lang pala. Puwede mo bang ilabas ang dila mo?" utos niya sa akin.

Weird talaga ang babaeng ito! Ano ba ang gusto niyang mangyari?

Tinapunan ko ulit ng masakit na tingin ang mga barkada ko. Nakangiti lamang ang mga ito sa akin.

Hindi na ako kumontra pa sa gusto niya. Unti-unti kong ibinuka ang aking bibig at inilabas ang aking dila.

"Okay na, close your mouth, Black," turan niya.

Tumalima naman ako.

"Black, next time, kung may sasabihin ka, sabihin mo ng harapan at personal. Huwag 'yong nakatalikod ang tao at iba 'yong pinasasabi mo ng iyong nararamdaman," straight to the point niya pangaral.

Ano bang pinagsasabi nito? Wala pa nga akong sinasabi, may suspetsa na siya. Advance niyang mag-isip, ha.

Bigla akong natakot at napahiya. Tama naman siya.

"Alright. Bukas, puwede ka nang magsimulang manligaw." Tumalikod na ito at umalis.

Biglang lumaki ang aking mga mata at gumuhit sa mga labi ang kakaibang ngiti. Hindi pa rin ako nakapaniwalang magpapaligaw na sa akin si Divine.

Napakabilis ng mga pangyayari. Hindi na mahalaga sa akin kung paano niya nalaman na may gusto ako sa kaniya. Ang importante, may pag-asa na ako na makuha siya.

Lumapit ang mga loko kong mga kaibigan at nagtanong kung ano na ang naging resulta ng ginawa nilang kabalbalan.

Nagkunwari muna akong galit. "Sa susunod, huwag n'yo nang gawin ito, ha?"

Nakita kong unti-unting napalis ang mga ngiti sa kanilang mga labi. Akala talaga nila ay galit ako.

"Its a prank!" hiyaw ko pagdaka. "Magpapaligaw na siya sa akin!"

Bumalik ang saya sa kanilang mga labi. Natutuwa sila para sa akin, dahil sa wakas, nagkaka-girlfriend na rin ako.

"Salamat sa inyo, ha?" madamdamin kung wika, na nagpatahimik sa kanila.

....

Goodbye World

NILIGAWAN ko si Divine. Hinahatid ko siya at sinusundo sa kaniyang boarding house. Minsan ay ipinakilala niya pa ako sa kaniyang pamilya bilang kaibigan muna. Dinala ko rin siya sa bahay pero kani White at Lola Sing ko lang siya naipakilala kasi wala sina Mama at Papa. Siguro, gabi na naman ang uwi ng mga ito, kaya hindi na nila kami maaabutan pa sa bahay. Hindi kasi puwedeng gabihin si Divine. Kabilin-bilinan kasi ng kaniyang papa na umuwi ko siya ng maaga.

Lumipas ang halos tatlong buwan na panliligaw at sa wakas ay sinagot din niya ako. Ang saya-saya ko. Araw na hinding-hindi ko makakalimutan kasi birthday ko rin. Alam kong hindi iyon naaalala ng aking mga magulang. Kasi kahit isang text or chat wala akong natanggap mula sa kanila. Kay White lang ako nakabasa ng greeting.

May basbas ng mga magulang ni Divine ang aming relasyon.

Laking pasasalamat ko kay Divine kasi dumating siya sa buhay ko. Binalik niya ang sigla ng aking buhay dahil sa pag-ibig niya. May rason na ako upang ipatuloy ito. Binigyan niya ako panibagong pag-asa. Iyon ang taling pinanghahawakan ko ngayon na sana hindi mapatid. Sana huwag siyang bumitaw. Dahil hindi ko na kayang mabuhay pa kung pati siya, ituring ako na wala na ring halaga.

Naging mabuting boyfriend naman ako sa kaniya.

Noong una, masaya kami. Walang puwang ang galit sa aming mga puso, puro pag-ibig lang. Kahit sa mga maliliit na mga bagay, napapakilig namin ang bawat isa at napapasaya.

Pero bakit, anong nangyari? May nangyari ba?

Isang araw sa park, magkatabi lang kami sa bench at namagitan sa amin ang mahabang katahimikan. Wierdo talaga! Hindi ako sanay sa gano'n.

"What's wrong with us, babe?" tanong ko.

"I'm tired, babe. Ayaw ko na. Siguro, cool-off muna tayo."

"Cool-off? Parang break-up na rin 'yon. May iba ka na ba?" sabi ko habang nasa malayo nakatingin.

Napansin kong tumingin siya sa akin. "Wala, but I need some space. Gusto ko munang magseryoso sa pag-aaral. Iyon lang."

Napaiyak na ako. Sa pagkakatanda ko, ito ang kauna-unahang umiyak ako sa isang babae maliban kay Mama.

"Sige, hanapin muna natin ang ating mga sarili." Hindi ako kombensido sa sinabi ko, pero wala na akong maisip na rason para magpatuloy pa sa aming relasyon. Siya na ang ayaw—ang unang umayaw. Siya na mismo ang bumitaw. Kung kami talaga, babalik siya.

Una na akong umalis sa bench. Iniwan ko siyang nakasubsob ang mukha sa mga palad. Palagay ko'y umiiyak din siya.

Mabilis na naging kami at mabilis ding naghiwalay. Tama nga ang sabi nila, ang madaling makuha at madali ring mawala.

As usual, mula noon, nagkulong lang ako sa kuwarto. Hindi ako 'yong tipong mahilig maglungkot-lungkutan, dahil halos buong buhay ko ay nakulong na ako sa gano'n. Nakapapagod na rin.

Nakamukmok nga ako sa kuwarto pero hindi ko naman dinibdib ng todo ang paghihiwalay namin ni Divine, kung hiwalay nga ba ang tawag sa ginawa namin.

Alam ng mga barkada ko kapag may problema ako, ang kuwarto ang aking comfort zone.

Umaasa pa rin ako na isang araw, puntahan ako ni Divine sa boarding house upang ayusin ang aming relasyon or mag-text man lang. Kasi ako, ginawa ko iyon araw-araw para sa aming dalawa, pero iniiwasan niya ako.

Break na nga talaga kami. Wala nang kami.

HIRAP na hirap na ako. Nais kong maglabas ng sama ng loob, pero kanino?

Sa mga kaibigan ko? Na lahat ng sabihin ko sa kanila ay joke? Hindi nila siniseryoso ang mga parinig ko na. "Ang sarap na lang mawala sa mundo."

"Sige pare, ako ang bahala sa kape," biro minsan in Dos. Kasunod pa noon ay mga nakaiinsultong tawanan ng barkada.

Hindi ko naman sila masisisi kasi wala naman silang alam tungkol sa buhay at pamilya ko. Ang akala nila, okay lang ang lahat.

Sila ang inaasahan kong maging karamay at kakampi. Pero bakit lahat na lang ay biro para sa kanila?Binabalewala nila ang totoo kong nararamdaman. Hindi pinansin.

Wasak na ako! Sirang-sira na ang aking kalooban! Una, sa aking mga magulang. Pangalawa, kay Divine at pangatlo ay sa mga kaibigan kong hindi pala maaasahan sa oras ng kagipitan. Sino na lang ang aking lalapitan? Sino pa kaya?

Naglinis ako ng buong kuwarto. Gusto ko pag-alis ko, nasa maayos ito at malinis. Naglaba rin ako ng aking duming damit.

Biyernes ng hapon. Nang matapos na ang klase, dumeretso na ako sa boarding house. Sandaling nag-ayos ako ng mga gamit doon na dadalhin pauwi. Uuwi muna ako sa amin. Gusto ko kasing makita sina Lola Sing, White at ang mga magulang ko.

Habang nasa bus, nakatulog ako dahil na rin siguro sa puyat sa research na ginawa ko kagabi at kasama pa roon ang ilang mga project. Pinasa ko iyon lahat kaninang umaga.

Halos dalawang oras ang aking biyahe. Pagbaba ko ng bus, sasakay pa ulit ako ng tricycle papasok sa amin. Kahit halos alasiete na ng gabi, meron pa namang nakaparadang tricycle sa parahan. I think last trip na iyon.

Pagdating sa bahay, naabutan ko si White na nanonood ng TV sa sala. Medyo nagulat pa siya nang makita ako.

"Kuya, kamusta ka?" tanong niya.

Ngumiti lang ako upang ipakita sa kanyang okay lang ako.

"May dala pala ako sa 'yo, Bro," sabi ko sabay angat ng dala kong paper bag.

Nakita ko ang tuwa sa kanyang mga mata. Tumayo siya sa sofa at lumapit sa akin. Ngayon lang ako may dinala para sa kaniya. Inabot ko sa kaniya ang paper bag.

"Ano 'to, kuya?"

"Buksan mo na lang. Bago pa 'yan at siguradong magugustuhan mo . Sa 'yo na lang. Am. . . si Lola?"

"Sa kusina, may niluluto yata."

"Si M-Mama at P-Papa?"

"Si Mama, may seminar ngayon? Si Papa naman, doon sa kaibigan niya. Nag-away na naman kasi sila noong isang araw ni Mama."

Tahimik lang ako. Wala na bang bago sa bahay na ito?

Ibinaba ko ang aking bag sa isang sulok sa lapag.

Bumalik na si White sa sofa at binuksan ang paper bag. Bumungad sa kanya ang pares ng sapatos. Hawak niya ito habang nakatingin sa akin. "Kuya, 'di ba paborito mo 'to?"

"Oo. Pero alam ko gusto mo rin 'yan, 'di ba? Sorry pala noong hindi ko pinahiram sa 'yo 'yan. Kaya ibibigay ko na lang sa 'yo ngayon para makabawi naman ako. Regalo ko na rin 'yan para sa susunod mong birthday."

"Malayo pa 'yon, ah. Pero thank you pa rin."

"Sige lang, baka kasi hindi ako maka-attend sa birthday mo. Pero kahit wala ako, may regalo na ako sa 'yo. Halika nga rito, Bro."

Tumayo ulit si White at lumapit sa akin. Ibinuka ko ang aking mga braso. "Halika, yakapin mo si kuya."

Niyakap ako ni White. Mahigpit iyon. "Kuya, thank you ha."

"You're welcome, Bro. Pero may kapalit 'yan."

"Ano?"

"Simple lang. Alagaan mo lang si Lola at ang mga magulang natin. Ipangako mo 'yan."

"Siyempre naman. Promise."

Naghiwalay na kami sa pagkakayakap. Nakita ako ni White na pinahid ko ang ilang butil ng luha sa aking mga mata.

"Kuya, bakit ka umiiyak?"

"Masaya lang ako na kayakap ko ang kapatid ko. Pero bago tayo magdramahan dito, puntahan ko muna si Lola Sing."

"Sige po."

Tumungo ako sa kusina. Nakita kong abala si Lola sa paghihiwa ng sibuyas. Dahan-dahan akong lumapit sa kaniya at niyakap siya sa baywang mula sa likuran.

"Ay sibuyas mo!" Nagulat siya sa ginawa ko.

Tumawa naman ako para malaman niya na ako ang yumakap sa kaniya.

Lumingon siya agad sa akin. "Naku Black, huwag mo nga akong magulat-gulat nang ganyan. Ikaw talagang bata ka."

"Lola, hindi naman kita ginugulat eh. Nilalambing po kita."

Kinuha ko ang hawak niyang kutsilyo at pinagpatuloy ang paghihiwa ng sibuyas.

"Mabuti naman at naisipan mo ring umuwi. Miss na miss ka na namin dito."

"Talaga po? Ako rin po, miss na miss ko rin kayo." Pinahid ko muna ang luha sa aking pisngi. Sa pagkakaalam ni Lola dahil iyon sa paghihiwa ko ng sibuyas pero kasama na roon ang totoong luha. "Hayaan n'yo po, magtatagal po ako rito sa bahay. Promise 'yan," sabi ko habang tutok na tutok sa kahihiwa ng sibuyas.

Nang maluto na, naghapunan kaming tatlo. Huling hapunan na gusto ko sanang makasama sina Papa at Mama, ngunit wala sila.

Pagkatapos ng hapunan, nagpaalam ako kay Lola na magpapa-load ako sa aming kapitbahay. Gusto ko kasing tawagan sina Papa at Mama. Gusto kong magpaalam sa kanila.

Una kong tinawagan si Papa. Sinagot niya ang cellphone pero puro mura lang ang narinig ko mula sa kaniya. Parang nakainom yata ito dahil sa kaniyang boses.

Nakinig lamang ako. Pero bago ko ibinaba, may iniwan akong salita kay Papa. "Papa, I love you po."

Tinawagan ko rin si Mama, pero ring lang ng ring ang kanyang cellphone. Nang bandang huli, pinapatay na niya ito hanggang hindi ko na siya ma-contact.

Nag-text din ako kay Divine.

'I love you.Thank you for the your love. Goodbye.'

Gano'n din sa tropa ko.

'Mga Pare, salamat sa lahat. Bye.'

Pumasok ako ng bahay. Tiningnan ko muna sina White at Lola sa kani-kanilang kuwarto. Kapuwa tulog na sila.

Pumunta ako sa aking kuwarto at kinuha sa aking bag ang lubid. Lumabas ako ng bahay at ni-lock ko ang pintuan. Pumunta ako sa likod ng aming bahay, marahan akong umakat sa punong naroroon. Itinali ko sa sanga ang lubid at itinali rin sa aking leeg ang kabilang dulo nito.

Oras na para tumakas sa magulong mundo.

Tumalon ako sa sanga. At unti-unting nararamdaman kong nauubos na ang aking hininga.

Hindi pa yata ako handang mamatay, ngunit huli na para magsisi pa.

Goodbye world!

....

Life After Death

UNTI-UNTI kong idinilat ang aking mga mata at minsan pa'y ikinurap-kurap ito.

Saan ako?

Nakahiga ako sa malawak na puting sahig. Pati ang paligid ay puting-puti rin. Wala akong makitang ibang kulay.

Marahan akong bumangon buhat sa pagkakatihaya. Napansin kong puti rin pala ang toga kong suot.

Napansin ko ang nakapalibot na puting pader sa akin pero kung titigan ko nang matagal ay parang lumalayo ang mga ito. Parang may sariling buhay at pinaglalaruan ang aking paningin.

Nasa lugar ako na kung saan parang hindi ako tao. May enerhiya rin akong nararamdaman na parang hinihila ang aking mga paa papunta sa kung saan. Nagpaayon ako sa enerhiyang iyon.

Malayo na ang aking nilakad ngunit hindi ko pa rin naabot-abot ang dulo ng pader. Nagpalingon-lingon din ako upang hanapin ang pintuan ng werdong kuwartong iyon ngunit wala akong makikita.

Palagay ko'y nakulong ako sa isang malaking kahon.

Sinubukan ko ring tumingala upang sayasatin kung puwede ba akong makatakas sa lugar na iyon. Kahit ang itaas ay may harang din.

Paano kaya ako napunta rito?

"Help! Help! Help me please!" Bumabalik ang aking boses. Ako lang din yata ang nakaririnig ng aking palahaw.

Umupo ako at sinubsob ang aking mukha sa gitna ng aking mga tuhod. Namalisbis sa aking mga pisngi ang mainit na likido. Pinahid ko iyon ng aking mga palad ngunit nagulat ako sa aking nakita.

Dugo!

Umiiyak ako ng dugo! At hindi na iyon mapigil. Tumayo ako upang payapain ang aking sarili subalit ang dugo ay patuloy na umaagos sa aking mga mata. Sandali pa'y lumabas na rin pati sa aking mga ilong.

Namantsahan ng pulang likido ang puting sahig.

Nataranta na ako. Hindi ko batid kung ano ang aking gagawin sa sarili. Nagsimula na akong magtatakbo kung saan-saang direksyon upang maghanap ng lagusan ngunit nanatiling bigo ako.

Kumalat na ang aking dugo sa sahig. At ilang minuto lang ang lumipas, ang buong paligid ay sinunod ang kulay ng aking dugo. Nalipos ng pula ang kuwartong iyon at pati ang aking suot at karaka-rakang kumulay dugo na rin.

Parang masisiraan na ako ng bait dahil sa aking nasaksihan.

Nagsuka na rin ako ng dugo. Kanina pa ako dinudugo ngunit parang wala yata itong katapusan.

Mayamaya pa'y narinig ko ang isang matinis na tunog na tila nakakabingi at sobrang kakairita sa pandinig.

Tinakpan ko ng aking mga palad ang aking mga tainga upang kahit papaano ay mabawasan man lang ang tunog na iyon. Ngunit mas lalong lumakas nang lumakas pa nga ito na parang sasabog na ang aking utak.

Hindi ko na nakayanan kaya bigla na lang ako natumba sa sahig at wala na akong nalaman pa sa mga sununod na nangyari.

HINDI ko alam kong ilang oras akong nawalan ng malay. Nagising na lang ako sa kaparehong lugar kung saan ako nahimatay kanina.

Napansin kong bumalik sa dating kulay puti ang paligid, ngunit ang aking suot ay may mantsa pa rin ng dugo.

Bumangon ako habang sapo ang aking ulo, sobrang sakit nito na parang mabibiak na. Hindi ko talaga maunawaan kung ano ang totoong nangyayari sa akin.

Isang malaking hiwaga pa rin para sa akin kung saan ba ako naroroon. Isang lugar kung saan nakulong ako sa isang konkretong piitan na hindi ko alam kung paano ko ito matatakasan.

Kung panaginip man ito sana magising na ako upang makapiling ko na ang aking pamilya at mga kaibigan.

Mayamaya pa'y ginulat ako ng parang kulog na tunog mula sa kung saan. Nilibot ko ang aking paningin upang hanapin ang ingay na iyon.

Sa aking paglingon, bumungad sa akin ang nakasisilaw na sinag na tila mula sa araw. Tila sinisipsip nito ang buo kong pagkatao. Pinipigilan ko ang aking sarili ngunit malakas ang hila nito sa akin.

Napadapa ako at gumapang palayo ngunit malakas talaga ang hatak ng sinag. Naubusan na ako ng lakas para lumaban kaya hinayaan ko na lang ang aking sarili.

Napasigaw ako habang hinahatak nito. Hindi ko batid kung saan ba ako nito dadalhin. Naramdaman ko na lang na pumasok ako sa isang portal.

Dinala ako nito sa isang nakatatakot na lugar. Ibinagsak ang aking katawan sa nakakalat na mga patay na dahon.

Tumayo ako at napag-alaman kong nasa sementeryo pala ako dahil sa mga krus na aking nakikita sa paligid. Parang abandonado na ang sementeryong iyon dahil sa mga kahoy na tumubo roon at ang ilang krus ay nilulumot na rin at nababalot ng mga baging.

Tila parang nasa isang hollywood horror film ako. Sobrang nakakakilabot ang lugar na iyon. Kahit sino ay walang maglalakas-loob na pumunta rito.

Bakit dito ako dinala ng sinag?

Sinimulan ko nang ihakbang ang aking mga paa. Maingat iyon dahil hindi ako sigurado sa bawat aapakan ko. Sa palagay ko kasi parang lulusot ang aking mga paa roon.

Mga insekto lamang ang aking naririnig ng mga sandaling iyon.

Ulit, naririto na naman ako sa lugar na hindi ko alam. Una, nagising na lang ako sa parang kahon na puro puti. Ngayon, naririto ako sa masukal at nakatatakot na abandonadong sementeryo.

Ano ba ang nangyayari sa akin?

Sa hindi inaasahang pangyayari, biglang lumitaw ang mga batang naghahabulan sa aking harapan. Nagtatawanan ang mga ito.

Hinabol ko sila. "Sandali lang!"

Tumigil sila at nagtinginan sa akin.

"Nasaan ako?"

Nagtawanan lang uli sila at nagsitakbuhan at biglang naglaho sa aking paningin.

Namayani uli ang katahimikan.

Ilang minuto lang ang lumipas, binasag ito ng isang nakahihilakbot na boses.

"Naglalakbay ang iyong kaluluwa sa lugar ng mga patay," rinig kong sabi ng isang matandang lalaki. Parang mula sa hukay ang boses nito.

Dali-dali akong lumingon at hinanap ang may-ari ng boses na iyon. Ngunit wala akong makita. Nag-iisa pa rin ako roon.

"Sino ka?" Matagal akong naghintay ng sagot.

"Patay ka na! Patay ka na!" sabi ng boses ngunit hindi ko pa rin siya makita.

"Magpakita ka! Sino ka ba talaga! Hindi ako patay! Buhay ako! Panaginip lang 'to!" pasigaw na turan ko.

"Black, pinatay mo ang iyong sarili. Ikaw ang pumatay sa 'yo. Ikaw ang killer!"

"No!" Napahulod ako sa aking kinaroroonan. "I'm alive. I'm alive."

"Haharap ka sa paghuhukom," sabi ng boses. "Kinitil mo ang iyong sarili. Nag-suicide ka, nakalimutan mo na ba?"

Napaluha na lang ako. "Patay na ba talaga ako? Paano?"

"Oo, patay ka na, Black."

Mistaken Identity

MULING hinigop na naman ako ng sinag papunta sa kung saan. Habang nararamdaman kong parang lumilipad ako, ipinikit ko ang aking mga mata.

Mayamaya pa'y nararamdaman ko na lang na hinulog ako mula sa itaas. Kahit malakas ang aking pagkakabagsak, hindi ako nakaramdam ang kahit ni katiting na sakit.

Iminulat ko ang aking mga mata at marahang itinayo ang aking sarili. Nasa tutok ako ng isang bundok dinala ng sinag. Kitang-kita ko ang ganda ng mundo sa ibaba. Ngayon lang ako nakakita nito sa tanang buhay ko. Oo nga pala, patay na pala ako!

Sa kalawakan, lumitaw ang tila TV screen at pinapakita roon kung paano ako nabuhay at paano ko pinatay ang aking sarili. Hindi ko maatim na tingnan ang aking katawan habang ito'y dahan-dahang nauubusan ng hininga habang nakasabit sa sanga ng puno. Kaya, tinakpan ko ng aking mga palad ang aking mga mata. Gusto kong umiyak ngunit tila natuyo na yata ang aking mga luha.

Kahit hindi ko na nakikita ang pinapalabas sa kalawakan, naririnig ko pa rin ito.

"Anak, bakit nagawa mo ito?" Alam kong boses iyon ni Mama. Hindi ko siya gusto makitang umiiyak sa aking bangkay. "Sorry, hindi ko sinagot ang tawag mo?"

Maya-maya pa'y narinig ko rin ang boses ni Papa. Umiiyak lamang ito na parang sising-sisi sa sarili.

"Kuya, bakit iniwan mo ako?" umiiyak na tanong ni White.

"Apo, bakit hindi mo sinabi sa aking may problema ka pala?" umiiyak ring wika ni Lola Sing. "Bakit pa humantong sa ganito?"

Narinig ko rin si Divine. "Mahal kita, babe. Alam mo 'yan."

"Pare, sorry ha? Hindi kasi namin sineryuso ang mga parinig mo sa amin. Sorry talaga," boses iyon ni Dos.

Gusto ko sanang tumugon sa kani-kanilang mga sinasabi ngunit useless lang din kasi hindi rin nila ako maririnig.

Tumigil na ang mga nagsasalita ngunit naririnig ko pa ang tunog ng mga aparatong ginagamit sa hospital. Minsan humihina. Minsan lumalakas.

Nilakasan ko ang aking loob at titingnan ko ang kalawakan. Nakita ko roon ang mga lalaking nakaputi. Sa palagay ko mga doctor ang mga iyon.

May ginagawa ang mga ito sa aking katawan. Naging interesado ako kung ano ang gagawin nila ngunit binulabog ako ng mala-demonyong halakhak mula sa kung saan.

Hinanap ko ang pinagmulan ng boses. Sandali pa'y lumitaw sa aking harapan ang isang lalaking may dalang malaking itim na libro. Itim din ang buong kasuotan nito.

"Handa ka na bang malaman kung saan ka pupunta, Black?" tanong ng lalaking nakaitim.

"Sino ka? Saan mo ako dadalhin? Bakit mo ako kilala?" sunod-sunod na tanong ko. Kahit may takot akong nararamdaman, tinatagan ko ang aking loob.

Tumawa ang lalaking iyon. "Ako ang Tagasundo. Sinusundo na kita papuntang imperyo. Nakasulat sa Libro ng mga Patay ang pangalan mo. Kaya humanda ka na!"

"No!" Tumakbo ako palayo sa kaniya. Hindi ko alam kung saan ako pupunta basta ang gusto ko lang ay hindi siya makita. Mula sa tuktok ng bundok, mabilis akong tumakbo pababa. Paminsan-minsan ay nadudulas ako at pasirkong nakarating sa paanan ng bundok. Hindi ako nakaramdam ng kahit anong sakit. Kahit sugat at galos sa katawan, wala rin.

Tumayo ako at pinagpag ang aking sarili. Ilang sandali pa ang lumipas, noon ko lang napansing puno ng mga bungo ang paligid. Kahit sa aking kinatatayuan ay may mga bungo rin.

Mayamaya ay narinig ko na naman ang halakhak ng Tagasundo.

Lumitaw ito sa hindi kalayuan. "Black, sumama ka na lang, kasi no choice ka rin naman. Kahit hindi mo gusto, doon ka pa rin papunta." Humalakhak ulit ito.

Walang akong nagawa kung hindi ang tumango.

"Sumunod ka sa akin." Alam kong pakiusap iyon, pero mas ramdam ko ang tono ng pautos.

Lumakad na ang Tagasundo at nakasunod lamang ako sa kaniya. Nakikita kong unti-unti ring natutunaw ang mga bungo at napapalitan ng mga itim na rosas.

HALOS sampung minuto na akong sumusunod sa Tagasundo. Wala akong ideya kung saan niya ako dadalhin kasi ang lugar na aming pinasukan ay isang masukal at nakatatakot na kagubatan. Alam ko walang nakatira roon. Kami lang yata ang tao roon sa dakong iyon.

Sandali pa'y pumasok kami sa isang madilim na kuweba. At pagpasok namin doon, unti-unting nagbago ang aming paligid. Wala na ang madilim na kuweba kung hindi ay nasa mala-palasyo na kaming hukuman.

May nakita akong nakapila at mahaba iyon. Hinatid ako ng Tagasundo sa pinakadulo ng pila at iniwan din.

Doon sa pinakaharap, may librong nakabuklat at parang may hinahanap ang nakapila bago ito hahakbang at pipili sa dalawang pintuan kung saan siya papasok.

Ang bawat pintuan ay may tig-dalawang anghel na nakabantay na may hawak na espada.

Literal na mahaba ang pila pero ilang minuto lang ay ako na pala ang sasampa at maghahanap ng kung ano sa libro. Meron pang natirang dalawa sa aking unahan.

Sa buong akala ko, ako na ang pinakahuli sa pila nang oras na iyon. Ngunit nang lumingon ako, laking gulat kong mahaba na rin ang pilang sumusunod sa akin.

Marami palang namamatay minu-minuto sa buong mundo.

Natapos na ang dalawa. Humakbang na ako at hinarap ang libro.

"Ano ang iyong pangalan?" boses mula sa libro.

Amazing! Isang aklat na nagsasalita!

"Black Bermeo," sagot ko sa libro.

"Walang nakatala."

Ilang sandali pa ay umilaw ang kulay pula sa aking kinatatayuan. Na nagpapahiwatig, hindi ako dapat naroon.

Ang tanong ko ngayon, bakit nga ako naroroon sa lugar na iyon?

Ang isa sa bantay na may dalang espada ay tinungo ako at giniyahan patungo sa bakanteng upuan na nasa hindi kalayuan ng hukuman. Sa lawak ng mga upuang naroroon, napansin kong ako lang ang tanging nakaupo roon.

Binantayan ako ng anghel. Nais ko sana siyang tanungin kung ano ang problema kung bakit hindi ako pinatuloy sa may pintuan, pero natatakot din ako at baka hindi ko magustuhan ang kanyang isasagot.

Ang mga nangyayari roon ay parang mga kisapmata lamang. Naging saksi ako na hindi nauubusan ng mga kaluluwa ang hukuman upang ihatid sila sa lugar na nababagay sa kanila.

Sa aking hinuha, ang dalawang pintuan ay patungo sa langit at impyerno. Pero hindi ko alam kung alin sa dalawa ang papuntang langit at papuntang impyerno. Malalaman lang iyon kapag nakapasok na sa loob. At kapag naroon na, bawal nang bumalik at magsisi.

Alam ko, kasalanan ang magpakamatay. Malaki ang aking kasalanan sa Dios. Inunahan ko Siya sa aking katapusan.

Sana Panginoon, mapatawad mo pa ako. Sana may second chance pa ako para mabago ang lahat.

Sa aking kamamasid sa mga nakapila, pakiramdam ko, nalibot ko na ang buong mundo dahil sa iba't ibang lahing aking nakita.

Maya-maya'y may tumabi sa aking isang pang anghel.

"Mistaken identity. Hindi ikaw ang Black na sinusundo namin. Nakapasok ka siya kahapon. Ikaw, hihinintay pang sunduin. At dahil nandito ka na rin lang, hintayin mo ang iyon oras ng kamatayan." 'Yon lang at umalis din ito.

Magulo ang lahat para sa akin!

....

Future

NAKAUPO lang ako roon sa hukuman ng maraming nagdaang mga araw. Hindi ako nakaramdam ng gutom, ng pagod o kahit mainip man lang. Malayong-malayo sa inaasahan ko ang mga nangyayari.

Bumalik uli ang isang anghel sa akin. Dinala niya ako sa isang pribadong kuwarto. At ang kuwartong iyon ay wala ni isang kagamitan. Kuwadrado ito at puting-puti ang paligid.

Sandali pa'y ang isang bahagi ng pader ay biglang lumabas roon ang aking mukha. Nagmistula itong malaking screen ng TV.

Bago ito nagpatuloy, may sinabi muna ang anghel. "Ito sana ang iyong future kung hindi mo inunahan ang plano ng Dios sa iyong buhay."

Nakaramdam ako ng hiya at takot.

Iniwanan ako ng anghel sa kuwartong iyon na mag-isa habang pinapanood ko ang aking future.

Mula sa pader na naging TV screen, napapanood ko ang aking graduation day kasama ang aking mga barkada. Makikitang matibay ang aming pagkakaibigan doon.

Pumasok na naman sa aking isipan ang pagsisisi, mahal pala ako ng aking tropa.

Pinakita pa roon kung paano namin nakamit sabay-sabay ang aming mga pangarap at naging successful sa buhay.

Ako, naging huwarang guro sa aking mga estudyante at co-teachers.

Nagkabalikan din kami ni Divine at nagpakasal at nagkaroon ng tatlong mga supling.

Pero paano na?

Pinakita rin sa akin na sina Papa at Mama ay bumalik na ang dati nilang sigla sa kanilang relasyon. Iniwan na nila ang kanilang mga kabit at nagseryoso na sa buhay.

Si White naman ay titulado nang engineer.

At pagdating kay Lola Sing, nalungkot lang ako kasi pinanood ko ang kaniyang pagpanaw.

Maganda sana ang nakaabang na buhay para sa akin ngunit tinapos ko na... sinayang ko na... pinatay ko na!

Biglang sumakit ang aking ulo. Akala ko kung kaluluwa ka na hindi ka na nakakaramdam ng sakit. Ngunit ano ito? Pakiramdam ko, parang hinihiwa ang aking sentido na tila sumasailalim sa isang madugong operasyon.

Hawak ko ang aking ulo. Kulang na lang na iuntog ko ito sa mga pader sa sobrang sakit. Nagsisigaw na rin ako, ngunit sino ang tutulong sa akin?

"Tulong! Tulong!"

Palakas nang palakas ang aking sigaw subalit walang dumating—walang tumulong.

Nagpaikot-ikot na ako sa sahig ngunit lalo lang tumindi ang sakit na parang sasabog na ang aking ulo.

Walang epekto ang aking kasisigaw, katatalon, katatakbo at pagulong-gulong sa sahig. Hindi nabawasan ang sakit.

Ito na ba ang impyerno? O simula pa lang ito?

Gusto kong takasan ang tagpong iyon ngunit paano? Saan? Saan naman ako pupunta?

"Gusto ko nang mamatay!"

Pero na-realize ko noong bandang huli na, patay na pala ako. Ang nararanasan ko ngayon ay bunga ng aking kapahangasan na tuklasin ang life after death. Akala ko kasi, makakatakas na ako sa lupit ng mundo. Akala ko lang pala. Mas malala pa pala ang pinasukan kong mundo.

Mali! Hindi ito ang inaasahan ko.

Nasaan na ang kalayaan, nasaan na ang kapayapaan? 'Di ba rito 'yon, bakit wala? Nawala.

Lumipas ang ilang minuto, unti-unting naramdaman kong nawawala na ang sakit ng aking ulo.

Buhat sa pagkakahandusay sa sahig, binangon ko ang aking sarili at umupo sa sahig.

Matagal akong nakatanaw sa kawalan. Tulala at blangko ang aking pag-iisip.

Ang pader na nagmistulang TV kanina ay naging blangkong pader na lang ngayon.

Tumayo ako at lumapit sa pader. Hinimas ko ang kalaparan nito at idinikit ang aking katawan na parang niyayakap ko ito.

"Alam ko marami akong kakulangan. Iniisip ko lang ang aking sarili. Papa, Mama, sorry po. Bro, Lola, kahit hindi n'yo na ako naririnig, patawad. Selfish ako! Duwag ako! Kaya ko namang harapin 'yon lahat. Bakit ba ako nagpakapatay? Bakit? Bakit pa?"

Alam kong walang makakasagot sa akin kung hindi ako lang din.

Napaluhod na lang ako sa harap ng pader habang mahinang sinusuntok-suntok ito.

Laging may pagsisisi sa huli.

IMINULAT ko ang aking mga mata, naririto ako ngayon sa tuktok ng mataas na bato at handa nang tumalon upang magpakamatay ngunit narinig ko ang boses ni Dos. Hindi ko itinuloy ang aking balak.

Bakit ako bumalik dito? Patay na ako 'diba? Patay na.

Bumaba ako at niyakap ako ni Dos. "Pare, huwag kang magpakamatay, malulungkot kami."

Biglang umagos ang aking luha dahil sa sinabi ni Dos. May alam ba siya? Ang alam ko patay na ako.

Tumagal kami sa tagpong iyon hanggang nagsidatingan ang iba ko pang barkada at nag-group hug kami. Nagtataka talaga ako kasi hindi naman namin ito ginagawa noon. Ngunit ano ito? Nagyayakapan kami habang nag-iiyakan.

Alam ba nilang patay na ako?

Ipinikit ko ang aking mga mata upang punasan ng aking palad ang mga luhang bumabalong mula roon.

Sa aking pagmulat, wala na ang aking mga barkada.

Naririto ako sa lugar kung saan nakipag-break si Divine sa akin noon. Sandali pa ay naramdaman ko ang yakap sa aking beywang mula sa aking likuran. Marahan ito, puno ng paglalambing at naramdaman ko ang mainit na sensasyon. Batid kong mga haplos iyon ni Divine.

"Babe, mahal na mahal kita. Sana huwag ka nang mawala. Maghihintay ako sa 'yo. . . habambuhay," dinig kong sabi ni Divine sa aking tainga sa pabulong na paraan.

Marahan akong humarap sa kaniya subalit unti-unti rin siyang nawawala. Tila hinigop siya ng hangin palayo sa akin. Umiiyak ito habang inuunat ang kanyang kamay upang abutin ko. Ngunit nang abutin ko, tila abo itong nalusaw sa kawalan.

Napaluhod ako sa aking kinaroroonan. "Babe, I love you." Isinubsob ko ang aking mukha sa aking mga palad.

Nang mahimasmasan na, nagulat ako kung bakit naririto na ako sa aming bahay.

Nakahiga ako sa aking kama. Hawak ni Mama ang aking kamay habang nasa tabi nito si Papa. Nasa isang sulok naman si White at Lola Sing, kapuwa sila umiiyak.

Tumayo ako mula sa pagkakahiga sa aking kama. "Huwag na kayong umiyak." Tila wala silang naririnig.

Napansin ko ring naiwan sa kama ang aking katawan.

"Mama. . . Papa. . . Bro. . . Lola. . ." Isa-isa ko silang tinawag ngunit hindi sila tumutugon.

Kaluluwa na lang ako.

Sa isang sulok, napansin ko ang aking bag at sa tabi nito ang lubid na ginamit ko upang magpakamatay. Napaluha na lang ako dahil naalala ko ang aking pagkakamali.

Ilang minuto lang ang lumipas, bumalik ang aking katinuan. Nananangipin pala ako ng gising. Puwede pala 'yon?

Ngayon ay nakaupo na ako sa nakalihirang upuan na malapit sa hukuman.

Hinihintay ko na lang ang aking oras.

The Doors

HABANG nasa upuan, naisipan kong tumayo at maglakad-lakad. Nakarating ako sa dulo ng pasilyo. Pader lang ang meron doon, ngunit hindi naman nakakabagot tingnan.

Ilang sandali pa ang lumipas, parang naduling ako bigla habang nakatingin ako sa blangkong pader. Bigla lang kasi itong nagsigalawan na parang pinaglalaruan ang aking paningin. Puno talaga ng misteryo ang lugar na ito.

Bigla na lang nagliwanag ang pader na iyon na nagpapikit sa aking mga mata.

Sa aking pagmulat, tumambad sa aking harapan ang dikit-dikit na pintuan. Nakapinid lahat ang mga ito.

Natukso akong buksan ang isa roon at marahang humakbang papasok. Pagkapasok ko, automatic na sumara ang pintuan na nagpagulat sa akin. Madilim ang buong kuwarto pero gusto ko pa ring tuklasin kung ano ang meron dito.

"May tao ba?" tanong ko.

Pagkasabi ko noon ay biglang lumiwanag ang paligid at tumambad sa aking ang maraming tao. Ang lokasyon ng lugar ay hindi sa isang kuwarto kung hindi ay sa isang squater area. Pinanood ko lang ang mga taong naroroon.

May nagbabarilan, saksakan, suntukan. Lahat-lahat ng karahasan ay naroon na.

"Tumigil na kayo! Tigil!" sigaw ko, ngunit tila parang mga bingi sila. Patuloy lang silang nagpapatayan.

Hindi ko na matiis ang karumal-dumal na pangyayaring iyon. Lumabas na ako sa kuwartong iyon at wala na akong balak na buksan pa ang nalalabing pintuan at baka mas malala pa ang aking masaksihan.

Sa aking paglabas, hindi ang pasilyo ang aking nalabasan. Naririto ako sa panibagong lugar, kung saan may mga taong nagsisisamba sa mga rebulto at imahe. Meron ding nakaluhod sa ahas. Sari-saring mga rebulto ang meron dito.

Sino naman ang mga ito?

Hindi ko talaga maunawaan kung bakit pinapakita ito lahat sa akin.

Hinanap ko ulit ang pintuan at lumabas doon. Dinala naman ako nito sa madilim na lugar. Walang liwanag ngunit sobrang ingay.

May sumisigaw, may umiiyak at may tumatawa. Ang mga katagang lumalabas sa kanilang mga bibig ay puro kahalayan at masasama. Lahat na yatang bad words at kabastusan ay naririto na.

May umuungol pa na parang nasasarapan.

Hindi ko na kaya 'to!

Kinapa ko ang pader upang hanapin ang labasan. Nakapaan ko naman ang pinto at lumabas agad. Kinondisyon ko ang aking sarili, na sa aking paglabas ay may nakaabang nanamang nakatatakot o nakadidiring senaryo. Ngunit iba ang aking nakita.

May mga batang nakayakap sa kanilang mga magulang na nagpapakita ng pagmamahal. Mayroon ding mga taong may dalang bible at sabay-sabay na umaawit ng worship songs. Mayroon namang nagtutulungan at marami pang magagandang asal.

Natuwa ang aking puso sa aking nakita, na kahit magulo at madumi na ang mundo ay meron pa rin palang taong naniniwala sa Diyos at mga taong handang gumawa ng mabuti sa kapuwa.

Naisip ko tuloy, noong nabubuhay pa ako, saan kaya ako nabibilang?

Ang sarap palang pagmasdan kung ang bawat tao ay nagmamahalan at kumikilala sa Panginoon.

Bakit ngayon lang ako naka-realize?

WALA pa akong balak na lumisan sa lugar na ito. Totoong nahumaling ako sa kamamasid ng mga taong gumagawa ng mabubuti. Hindi ko alam kung ilang minuto na ang pananatili ko rito.

Sa isang kisapmata, ang mga taong pinagmamasdan ko kani-kanina lang ay umiba ang kanilang mga mukha. Ang mga bagong mukha nila ay parang pamilyar sa akin. Tama! Oo, sila ang aking pamilya at naroroon din ako. Sa palagay ko, mukhang ten years old pa lang ako roon.

Nagkainteres akong panoorin sila. Ang ipinagtataka ko lang, malayo sa katotohanan ang aking nakikita ngayon kung ikukumpara ko noong nabubuhay pa ako.

Ang lungkot-lungkot ko noon at palaging nag-iisa. Ngunit ano itong nasa aking harapan?

Masaya sila. Larawan ng buo at matatag na pamilya na pinapangarap ng marami at pangarap ko rin noon. Palagi kong nakikita ang batang kamukha ko na niyayakap ang babaeng kamukha ni Mama.

Marami pa silang ginawa na pinangarap ko na sana ito ang nangyari noon, eh 'di sana buhay pa ako hanggang ngayon. Kasi kung ganito kami noon, siguro hindi ako nagpakamatay.

Umaagos ang luha sa aking mga mata habang inaalala ko ang sakit na ginawa ng aking mga magulang sa akin. Hindi nila ako sinasaktan sa pisikal, pero dunudurog nila ang aking puso.

Naiinggit ako sa aking nakikita ngayon.

Habang pinapanood ko sila, biglang tinitigan ako ng babaeng kamukha ni Mama. "Bumalik ka na!" sigaw nito sa akin.

Hindi ko siya lubos naunawaan. Saan ako babalik? Inisip ko na lang na baka ang tinutukoy niya ay bumalik na ako roon sa upuan na nasa tabi ng hukuman.

Tumalikod na ako at binuksan ang pintuan upang lumabas. Pero bago ako tuluyang lumabas, inisa-isa ko munang pinagmasdan ang kani-kanilang mukha. Una kay Papa, sunod kay Mama, kay Lola Sing at ang panghuli kay White.

Nakikita ko ang lungkot sa kanilang mga mata. Na tila may mensaheng gustong iparating sa akin. Hindi ko na iyon pinansin pa at tuluyan na akong lumabas sa pinto.

Sa aking paglabas, ilang segundo lang ang lumipas ay bigla nang naglaho ang mga pinto. Bumalik ito sa dating pader.

Sa wakas, nakabalik na rin sa pasilyo.

HABANG nasa upuan, hindi mawaglit sa aking isipan ang mga pagsusumamo sa mga mata ng aking mga mahal sa buhay. Ano kaya ang gusto nilang ipahiwatig sa akin?

Mula sa pananahimik ko sa upuan, may narinig akong boses mula sa kung saan.

"Anak, Black, gising na. Promise, babawi si Mama. Please, wake up," malinaw kong naririnig ang boses ni Mama.

Tumayo ako at maghanap sa paligid. "Mama, nasaan ka?!" Batid kong wala siya ngunit hinahanap ko pa rin siya sa kawalan.

Ang taong nakapila sa harap ng hukuman at ang mga anghel ay tila walang pakialam sa aking palahaw. Tila wala silang naririnig.

"Black, bumalik ka na, anak. Mahal ka ni Papa." Boses na naman ni Papa ang aking naririnig.

"P-papa... mahal din po kita," tugon ko habang humihikbi sa iyak. "Nasaan ba kayo? Magpakita naman kayo?"

"Apo, araw-araw kong niluluto ang paborito mong ulam. Gumising ka na at uuwi na tayo sa bahay." Alam kong boses iyon ni Lola Sing. Lalo pa akong umiyak nang umiyak dahil sa sinabi niyang, uuwi na tayo sa bahay.

"Lola. . ." Napaluhod na lang ako sa sahig. Inaanim kong miss na miss ko na sila.

"Kuya, may regalo ako sa 'yo. Sana bumalik ka na para maibigay ko 'to sa 'yo ng personal." Si White iyon.

"Bro, so-sorry. Si kuya, hindi na babalik pa riyan," sabi ko.

Bakit ngayon n'yo lang ipinaramdam sa akin na mahalaga ako sa inyo?! Bakit?!

"Babe, hinihintay kita." Boses iyon ni Divine.

Puno ng pagsisisi ang aking puso. Hindi ko na maibabalik ang dati. Hindi na ako makakabawi sa kanila kasi tinigil ko nang mabuhay pa. Pinatay ko ang aking sarili.

Huli na para magsisi pa. Huli na.

Paraiso?

LUMAPIT sa akin ang isang anghel at dinala niya ako sa hanap ng isang pinto. Nakahiwalay ito sa dalawang pinto na pinapasukan ng mga nakapila sa hukuman. Hindi ko ito napansin kanina at basta lang itong lumitaw sa pader.

Marami pala silang mga sikretong pinto.

Kakaiba ang pintong ito, parang may tinatagong hiwaga sa loob. Alam ko, hindi lang ito basta pinto. Sa likod nito siguradong may misteryo na namang nakakubli na makapagpapamangha sa akin o hindi naman kaya'y makapagdudulot ito ng matinding kababalaghan. Alin man sa dalawa ang possible mangyari, handa na ako.

Habang natigilan sa harapan ng pintuan, ramdam ko ang malakas na pintig ng aking puso. Bakit pa tumitibok ang aking puso? 'Diba patay na ako?

Sandali pa'y kinalabit ako ng anghel at sininyasan na kailangan ko na raw buksan ang pinto at pumasok na. Sinunod ko ang utos niya kahit hindi ako sigurado.

"Ilang pinto pa ba ang kailangan kong buksan at pasukan. Puwede bang huli na 'to."

"Oo, tama ka. Huli na 'to dahil babalik ka na sa lugar kung saan ka nararapat," tugon ng anghel. "Pasok ka na."

Pumasok na ako. Hindi ko agad nakita kung ano ang nasa loob dahil nakasisilaw na liwanag ang bumungad sa akin. Ilang segundo ko pa ipinikit ang aking mga mata bago dahan-dahan ko itong iminulat.

Sa aking pagmulat, nilingon ko agad ang pintuan subalit wala na ito sa aking likuran.

Ilang sandali pa ang lumipas, napagtanto kong nasa gitna ako ng isang panakagandang paraiso. Wala itong katulad sa ganda!

"Wow! Ito na ba ang langit?" tanong ko sa aking sarili na hindi naghihintay ng sagot.

"Hindi." Nagulat ako nang may biglang sumagot sa aking tanong.

"Sino ka? Magpakita ka!" Hinanap ko sa paligid ang nagmamay-ari ng boses ngunit wala akong makita kahit anino man lang.

"Hello. Naririto lang ako sa harapan mo."

Isang gintong paruparo ang aking nakita na palipad-lipad sa aking harapan. "Ikaw ba ang nagsasalita?"

"Sino pa ba? May nakikita ka bang iba, eh 'di ako," pilyong sagot ng paruparo.

Aba, pilosopong insekto 'to ah! Amazing. Nababaliw na ba ako kahit patay na. Pati ang paruparo kinakausap ko.

"Gusto mo i-tour kita sa aking kaharian?"

"Okay lang ba, walang magagalit?"

"Siyempre naman, wala. Minsan lang naman may naliligaw na kaluluwa sa lugar na ito, pagkakaitan ko pa ba?"

"Naliligaw? Hindi ako naliligaw, FYI. Dinala ako dito ng anghel."

"Okay, no comment. Sabi mo, eh."

Gaya nang pinag-usapan namin ng gintong paruparo, dinala niya ako sa magagandang tanawin na hindi ko pa nakita sa tanang buhay ko.

Dinala niya rin ako sa isang mataas na talon na ang tubig na umaagos ay kulay berde. Ang tubig na nagmumula roon ay dumadaloy sa mahabang batis. Habang tinitingala ko ito, hindi magkandamayaw ang aking pagwa-wow sa sobrang ganda ng lugar. Tunay na napamangha ako sa angkin nitong kariktan.

"Pangalan ko pala si Golden. Ang tagabantay ng lugar na ito. Ikaw, kaluluwang ligaw, ano ang pangalan mo?"

"Sabing hindi nga ako kaluluwang ligaw. I'm Black, Black Bermeo. Patay na ako. Nagpakamatay!"

"I know. Pero sure ka bang patay ka na?"

"Sure? What do you mean by that?" tanong ko. Hindi na sumagot pa ang palipad-lipad na si Golden.

Mayamaya ay nagsalita siya. "Alam mo Black, lahat ng nakikita mo ay isang ilusyon lamang, isang masamang bangungot. Walang totoo rito kahit ako, maliban sa 'yo. Ikaw lang ang kakaiba rito. Naririto ka sa isang malalim na panaginip. Kailangan mo magising para sa mga umaasa sa 'yo."

Hindi ko lubos maunawaan ang mga pinagsasabi ni Golden sa akin. Gayunpaman, hindi ko pinagsisihan na pumasok ako sa pinto at mapadpad sa ganitong lugar na ngayon ay inaari ko na dahil ako lang yata ang nag-iisang kaluluwang naririto.

"Black, panaginip lang 'to!" diin ni Golden. "Kailangan mong makalabas dito. Niloloko ka lang ng iyong paningin. Bumalik ka na." Naramdaman ko ang pagseryuso ng kanyang malambing at maliit na tinig.

"Patay na ako, Golden. Wala na akong babalikan sa amin kasi matagal na nilang inilibing ang aking bangkay."

"Black, nagkakamali ka. Hindi ang lugar na ito ang nararapat sa iyo. Pakiusap, hindi ito paraiso. Kulungan ito na dapat mong takasan. Tumakas ka na bago mahuli ang lahat. Takas na!"

NAKATULOG ako sa pagod dahil sa sobrang gala sa Paraiso. Ngunit sa aking paggising, ibang mundo na ang tumambad sa akin.

Ang talon ay hindi na berdeng tubig ang dumadaloy rito kung hindi ay apoy na.

Nagkalat din sa paligid ang mga bungo at kalansay. Hindi ko alam kung nasa sementeryo ba ako o imperyo na.

Mula sa umaagos na apoy sa batis, umahon mula roon ang mga malalaking ahas at mga uod. Meron ding mga alakdan at ipis. Nagsilipana rin ang mga daga na tila mga demonyo dahil sa pulang mga mata nito.

Ang lalo pang nagpasindak sa akin ay ang halakhak ni Tagasundo. As usual, hindi karit ang kaniyang dala kung hindi ang mabigat na itim na libro na tinatawag niyang, 'Aklat Ng Mga Patay'.

"Kumusta, Black? Long time, no see, ah."

Joker din pala ito sa realidad.

"Baliw! Ano'ng kailangan mo sa akin? Hindi na ako natatakot sa 'yo."

Naghalakhak ulit ito. "Hindi naman kita tinatakot kasi hindi naman ako nakatatakot. Gusto ko lang naman na malaman mo, hindi mo pa oras. Bigla kasing nabura ang pangalan mo sa mahiwagang aklat ko." Hinalikan nito ang aklat at humalakhak ulit.

Baliw talaga!

"Ano'ng ibig mong sabihin, panget na nakaitim?" Sumasaya ako kapag nilalait ko siya.

"Kung makapanglait ka wagas. Goodnews na nga ang sinasabi sa 'yo, nilalait mo pa ako. Puwede mo akong tawaging Black Angel kung ayaw mo ng Tagasundo."

"No! No! No way, panget!" Hindi ko alam kung bakit naiinis ako sa kaniya.

"Why?" tanong nito na bakas sa mukha ang pagtataka.

"Ayaw ko, kasi Black din ang pangalan ko. Puwede bang White ka na lang? Bagay naman eh, White Angel."

"Hello? Look at may OOTD. Black ito. So, dapat suited din sa pangalan ko."

"Whatever. May OOTD ka pang nalalaman diyan."

Kahit sa kabilang mundo pala, hindi nawawala ang mga siraulo. Hay naku...

Pinilit ko siyang ipaliwanag sa akin ang mga sinabi niya kanina. At nagulat ako sa aking nalaman.

....

Ang Pagbabalik

BIGLANG lumindol. Kahit sapo ko na ng aking mga kamay ang dalawa kong tainga, dinig ko pa rin ang nagbibiakang lupa at naghuhulugang bato mula sa matataas na bahagi ng lugar.

Nagtago ako sa malaking puno upang hindi ako matamaan ng mga naghuhulugang bato.

Nataranta ako at umusal ng panalangin. Parang gusto kong tawagin sina Mama at Papa ngunit napag-isip kong hindi rin pala 'yon makatutulong.

Si Black Angel, este, ang panget na nakaitim, kahit gano'n na ang nangyayari sa paligid, masayang-masaya pa rin ang walang hiya. Tila ang pagyanig ng kalupaan para sa kanya ay parang nakasakay lang siya sa roller coaster. Na kahit nakatatakot na, natutuwa pa rin siya. Hindi talaga ito tumigil sa kahahalakhak kahit wala namang nakatutuwa.

Baliw talaga! Huwag ka na sanang bumalik sa dati para habambuhay kang ganyan!

"Hoy baliw na nilalang na nagmula sa fourth dimension ng impyerno, puwede ka bang tumahimik?! Hindi ito oras para tumawa ka. Parang kang sira. Baliktad siguro ang isip mo, 'no? O baka naman, wala kang isip!" sigaw ko sa kanya. Naiirita na ako.

Parang wala itong narinig. Ang mga ingay sa paligid ay tila parang mga musika para sa kaniyang pandinig at sinasaliwan pa niya ng 'tala dance'.

Ibang klase 'to. Updated din sa mga bago. Parang tanga nga lang.

Mayamaya pa'y nag-slow motion ang buong paligid. Kahit ang talsik ng laway ni Tagasundo ay kitang-kita ko pa. Kahit nag-slow motion pa ang palibot, natural lang pa rin ang aking galaw. Hindi ako napasama sa mga nag-slowmo.

Buti nga sa 'yo, panget.

Pinagtatawanan ko si Tagasundo. Ang sarap niyang picture-an at gawing profile picture sa FB.

Umalis ako sa puno at naghanap ng mas ligtas na lugar. Paminsan-minsan ay iniiwasan ko ang mga bato at tumatalon din ako sa mga biak na lupa. Saktong tatalon na ako nang higupin ako ng malakas na enerhiya. Ibinalik ako nito sa aking pinagmulan.

Nag-flashback.

Mula sa pintuang huli kong pinasukan, ibinalik ako sa hukuman. Bumalik ako sa mga pintuan sa pasilyo. Bumalik sa daang puno ng bungo. Bumalik sa bukid. Bumalik sa abandonadong sementeryo. Bumalik sa puting kuwarto. At ngayon ay nasa harapan na ako ng punong kahoy na nasa likod ng aming bahay. Napansin ko rin ang dala kong lubid.

Matagal akong nag-isip kung ano ang aking gagawin dito at aanhin ko naman ang lubid na 'to.

Na-realize kong malalim na pala ang gabi at madilim na roon.

Nabitawan ko na lang ang ang lubid at tumakbo pabalik sa bahay. Sarado ang pinto kaya nagkatok ako. Pinagbuksan naman ako ni Lola Sing.

"Bukas naman 'to kanina. Bakit kaya 'to na-lock?" dinig ko na sabi niya sa sarili. Binalingan niya ako. "Saan ka ba galing apo ba't ganyan ang itsura mo? Ang dumi-dumi mo."

Nagkibit-balikat ako. Hindi ako makasagot. Kahit ako, hindi ko rin alam ang nangyari.

Pumasok na ako at naligo sa CR. Pagkatapos kong magbihis, sinampa ko agad ang aking katawan sa aking kama at tuluyan nang natulog dahil sa pagod na mararamdaman.

NAANINAG ko ang nakasisilaw na ilaw. Gusto ko itong makita ngunit wala akong lakas upang buksan ang mga talukap ng aking mga mata.

Ramdam ko ang bigat ng aking katawan. Alam kong nakahiga ako pero hindi ako sigurado kung saan ako naroroon.

Kahit hindi ko nakikita, nararamdaman kong maraming kung anu-anong nakakabit sa buo kong katawan. Nais ko itong alisin ngunit hindi ko maigalaw ang aking mga kamay.

Gising na ako ngunit hindi ko mautusan ang aking katawan sa gusto kong mangyari.

Naririnig ko ang usapan ng mga naroroon.

"Doc, how's my son? His condition?" dinig kong tanong ng isang babae. Si Mama...

"Good news, Misis, nagre-react na ang kanyang katawan sa gamot na itinurok namin sa kanya. It means, may pag-asa pa tayong nagigising ang pasyente."

Magrerebelde ang aking isipan sa narinig ko buhat sa doctor. Doc, gising na ako! Gising na!

"Maiwan ko na po muna kayo," paalam ng doctor.

Mayamaya pa'y naramdaman ko ang malamig na palad ni Mama na dumampi sa aking palad. Gusto ko rin sanang suklian iyon, ngunit hindi nakiayon ang aking lakas upang pagalawin ang aking kamay.

"Gumising ka na, Black. Miss na miss ka na namin, anak. Please... please..." umiiyak na panalangin ni Mama. Siya lang yata ang naroroon upang bantayan ako.

Alam ko na kung saan ako naroon. Dahil sa doctor, pinalagay kung nasa hospital ako.

Nadurog ang aking puso sa mga itinuran ni Mama. Narinig ko ang lahat. Malinaw at alam kong mula sa kanyang puso.

Napaiyak ako. Hindi ko alam kung sa totoong sitwasyon ba ay lumuluha ba talaga ang aking mga mata. Baka nasa isip ko lang na umiiyak ako.

"Black? Anak, naririnig mo ba ako?" sunod-sunod na tanong ni Mama. Naramdaman ko pang pinunasan ng kanyang mga palad ang aking pisngi. Umiiyak nga talaga ako.

"Doc!" Dinig kong lumabas siya ng kuwarto at tinawag ang doctor.

Ilang minuto lang ang lumipas, dumating ang doktor at sinuri ako. Pagkatapos no'n, may narinig akong sinabi niya kay Mama. "Congratulation, Misis. Hindi na siya in coma, natutulog na lang at anumang oras ay magigising na ang inyong anak."

"Salamat, Doc. Thank you po talaga," napaiyak na pasasalamat ni Mama sa doctor. Lumapit siya sa akin. "Welcome back, anak."

MARAHAN kong iminulat ang aking mga mata. Kinisap-kisap ko pa ito dahil nasisilaw ako sa puting ilaw na nasa kisame.

Sandali pa'y pinihit ko ang aking ulo upang tingnan kung may iba pa bang tao sa kuwartong iyon. Nakita ko si Mama na nakasandal sa balikat ni Papa. Tulog ang mga ito. Hindi ko napansin agad si White na nasa kama ko pala nakasubsob ang kanyang ulo at tulog din. Wala si Lola, siguro ay nasa bahay.

Hinawakan ko ang ulo ni White.

"'Ma, matutulog muna ako," sabi nito na hindi man lang umangat ng ulo upang tingnan kung sino ba ang bumubulabog sa kanya. Akala niya siguro si Mama pa rin ang humaplos sa kaniyang ulo.

Wala pa akong boses, kaya hindi ko siya matawag. Sinabunutan ko na lang siya para maramdaman niya ang sakit. Doon pa lang tuluyang nagising ang aking kapatid.

"Kuya?" mahina lang iyon pero punong-puno ng pananabik. Nag-sign ako sa kanya ng quiet upang hindi magising ang aming mga magulang.

Niyakap ako ni White. Para itong maliit na bata kung umiyak sa aking kandungan.

Hinaplos ko ang kanyang buhok at pinatahan.

Nakaramdam ako ng gutom kaya humingi ako ng pagkain kay White at bibigyan niya naman ako. Dahil doon, mabilis akong makabawi at lumakas ang aking katawan.

Siguradong masusurpresa sina Mama at Papa sa kanilang paggising bukas.

Bumalik na ako!

NGAYONG araw ang labas ko sa hospital.

Kahit naka-wheelchair pa, aminado akong malakas na ako.

Dalawang taon pala akong na-comatose dahil sa aking katarantaduhan—dahil sa aking pagsu-suicide!

Hindi na ako magpapakamatay ulit!

Naroon ang lahat sa lobby ng hospital upang salubungin ang bagong Black Bermeo. Nakikita kong nakangiti silang lahat sa akin.

Si Lola Sing.

Ang aking one and only love, Divine.

Si Dos at ang tropa.

Ang mga kaklase at kapitbahay.

Isang bangungot ang nangyari sa akin! Sa totoo lang hindi ko na halos matandaan ang mga detalye sa aking panaginip. Pero malinaw na bumabalik sa aking isipan ang isang pangitain na magiging successful akong guro at kasama na magiging successful ang aking tropa.

Excited na akong harapin ang future!

Pinaputol ni Papa ang punong nasa likod ng bahay upang wala nang makapagpapaala sa amin ng malungkot na trahedya sa aming pamilya.

Ang pangarap kong pamilya ay natupad.

Ang babaeng mahal ko ay magiging asawa ko na rin balang-araw.

At ang malungkot na parte, ang paglisan ni Lola Sing. Hindi na ako apektado kasi alam ko namang mangyayari 'yon.

Si White naman, pangarap niyang maging engineer. Sa katunayan, second year college na siya ngayon. Suportado ko siya roon bilang kaniyang tinitingalang kuya.

Marami ang nagtatanong, bakit daw ako nag-suicide?

Simple lang ang sagot ko, "Gusto kong tumakas!" Dagdag ko pa, "Pero maling paraan ng pagtakas!"

Ang aking natututunan; tanggapin ang buhay, harapin ang problema, lumaban kahit hindi kaya atleast hindi sumuko.

Masarap ang mabuhay kahit may pagsubok pa kaysa mamatay na hindi mo alam kung saan ka papunta!

Huwag mag-suicide! Mahihirapan ka lang!

Wakas.

About the Author

Arlan T. Ortega

Ako po si Arlan T. Ortega a.k.a Benz Clan. Since 2019 ako nagsimulang sumali sa mundo ng writing contest. Maraming beses akong natalo, pero salamat sa Diyos at nananalo rin naman minsan.

May mga libro na akong na-publish (isang anthology na ako ang author at anim na anthology na isa ako sa nagsulat). Writer po ako sa wattpad. Bisitahin po ang benz_clan9. Naroon po ang ilan ko pang mga kuwento at mga tula.

Naniniwala ako bilang writer na, "Hindi ka manunulat kung hindi mo alam kung saan dapat ilagay ang period."

Author's note

Salamat sa mga mahal kong readers. Kahit baguhan pa lang ako, tinangkilik n'yo ang nobelang ito. Thank you talaga.

Baby girl at baby boy, please, huwag kang mag-suicide. Kahit puno ka pa ng problema, si God puno rin ng pag-asa.

All Glory and Honor is only belongs to God.

* 9 7 8 9 3 5 6 9 7 1 6 1 5 *

FCW - #0255 - 061026 - C0 - 175/116/5 - PB - 9789356971615 - Matt Lamination